AF380391

//मनाचे श्लोक//

समर्थ रामदासकृत

Sanage Publishing House LLP
Mumbai, India

sanagepublishing@gmail.com

समर्थ रामदास, जन्म नाव - नारायण सूर्याजी ठोसर (१६०८ - १६८१, सज्जनगड) हे महाराष्ट्रातील कवी व समर्थ संप्रदायाचे संस्थापक होते. रामाला व हनुमंताला उपास्य मानणाऱ्या समर्थ रामदासांनी परमार्थ, स्वधर्मनिष्ठा, राष्ट्रप्रेम यांच्या प्रसारार्थ महाराष्ट्रात प्रबोधन व संघटन केले. ते संत तुकारामांचे समकालीन होते. राजकारण धर्मकारणात जाणीवपूर्वक अंतर्भूत करणारे रामदास हे एकमेव महाराष्ट्रीय संत होते. पर्यावरणावर प्रबोधन आणि लिखाणही त्यांनी केले आहे.

मनाचे श्लोक

|| जय जय रघुवीर समर्थ ||

गणाधीश जो ईश सर्वा गुणांचा ।
मुळारंभ आरंभ तो निर्गुणाचा ॥
नमूं शारदा मूळ चत्वार वाचा ।
गमू पंथ आनंत या राघवाचा ॥१॥

मना सज्जना भक्तिपंथेची जावे ।
तरी श्रीहरी पाविजेतो स्वभावे ॥
जनीं निंद्य ते सर्व सोडूनी द्यावे ।
जनीं वंद्य ते सर्व भावे करावे ॥ २ ॥

प्रभाते मनीं राम चिंतीत जावा ।
पुढे वैखरी राम आधी वदावा ॥
सदाचार हा थोर सांडू नये तो ।
जनीं तोचि तो मानवी धन्य होतो ॥ ३ ॥

मना वासना दुष्ट कामा न ये रे ।
मना सर्वथा पापबुद्धी नको रे ॥
मना सर्वथा नीति सोडू नको हो ।
मना अंतरी सार वीचार राहो ॥ ४ ॥

मना पापसंकल्प सोडूनि धावा ।
मना सत्य संकल्प जीवी धरावा ॥
मना कल्पना ते नको वीषयांची ।
विकारे घडे हो जनीं सर्व ची ची ॥ ५ ॥

नको रे मना क्रोध हा खेदकारी ।
नको रे मना काम नाना विकारी ॥
नको रे मना सर्वदा अंगिकारू ।
नको रे मना मत्सरू दंभ भारू ॥ ६ ॥

मना श्रेष्ठ धारिष्ट जीवी धरावे ।
मना बोलणे नीच सोशीत जावे ॥
स्वये सर्वदा नम्र वाचे वदावे ।
मना सर्व लोकांसि रे नीववावे ॥ ७ ॥

देहे त्यागिता कीर्ति मागे उरावी ।
मना सज्जना हेचि क्रीया धरावी ॥
मना चंदनाचे परी त्वां झिजावे ।
परी अंतरी सज्जना नीववावे ॥ ८ ॥

नको रे मना द्रव्य ते पूढिलांचे ।
अति स्वार्थबुद्धी नुरे पाप सांचे ॥
घडे भोगणे पाप ते कर्म खोटे ।
न होता मनासारखे दुःख मोठे ॥ ९ ॥

सदा सर्वदा प्रीति रामीं धरावी ।
सुखाची स्वये सांडि जीवीं करावी ॥
देहेदुःख ते सूख मानीत जावे ।
विवेके सदा स्वस्वरूपीं भरावे ॥ १० ॥

जनीं सर्वसूखी असा कोण आहे ।
विचारे मना तूचि शोधूनि पाहे ॥
मना त्वाचि रे पूर्वसंचीत केले ।
त्यासारखे भोगणे प्राप्त झाले ॥ ११ ॥

मना मानसी दुःख आणू नको रे ।
मना सर्वथा शोक चिंता नको रे ॥
विवेके देहेबुद्धी सोडूनि घ्यावी ।
विदेहीपणे मुक्ती भोगीत जावी ॥ १२ ॥

मना सांग पां रावणां काय जाले ।
अकस्मात ते राज्य सर्वै बुडाले ॥
म्हणोनी कुडी वासना सांडि वेगी ।
बळे लागला काळ हा पाठिलागी ॥ १३ ॥

जिवा कर्मयोगे जनीं जन्म जाला ।
परी शेवटीं काळमूखीं निमाला ॥
महाथोर ते मृत्युपंथेचि गेले ।
कितीएक ते जन्मले आणि मेले ॥ १४ ॥

मना पाहता सत्य हे मृत्युभूमी ।
जितां बोलती सर्वही जीव मी मी ॥
चिरंजीव हे सर्वही मानिताती ।
अकस्मात सांडूनिया सर्व जाती ॥ १५ ॥

मरे एक त्याचा दुजा शोक वाहे ।
अकस्मात तोही पुढे जात आहे ॥
पुरेना जनीं लोभ रे क्षोभ त्याते ।
म्हणोनी जनीं मागुता जन्म घेते ॥ १६ ॥

मनी मानवा व्यर्थ चिंता वहाते ।
अकस्मात होणार होऊनि जाते ॥
घडे भोगणे सर्वही कर्मयोगे ।
मतीमंद ते खेद मानी वियोगे ॥ १७ ॥

मना राघवेवीण आशा नको रे ।
मना मानवाची नको कीर्ति तू रे ॥
जया वर्णिती वेद शास्त्रे पुराणे ।
तया वर्णिता सर्वही श्लाघ्यवाणे ॥ १८॥

मना सर्वथा सत्य सांडूं नको रे ।
मना सर्वथा मिथ्य मांडूं नको रे ॥
मना सत्य ते सत्य वाचे वदावे ।
मना मिथ्य ते मिथ्य सोडूनि द्यावे ॥ १९ ॥

बहू हिंपुटी होईजे मायपोटी ।
नको रे मना यातना तेचि मोठी ॥
निरोधे पचे कोंडिले गर्भवासी ।
अधोमूख रे दुःख त्या बाळकासी ॥ २० ॥

मना वासना चूकवी येरझारा ।
मना कामना सोडि रे द्रव्यदारा ॥
मना यातना थोर हे गर्भवासी ।
मना सज्जना भेटवी राघवासी ॥ २१ ॥

मना सज्जना हीत माझे करावे ।
रघूनायका दृढ चित्ती धरावे ॥
महाराज तो स्वामि वायुसुताचा ।
जना उद्धरी नाथ लोकत्रयाचा ॥ २२ ॥

न बाले मना राघवेवीण काही ।
मनी वाउगे बोलता सूख नाही ॥
घडीने घडी काळ आयुष्य नेतो ।
देहांती तुला कोण सोडूं पहातो ॥ २३ ॥

रघूनायकावीण वाया शिणावे ।
जनासारिखे व्यर्थ का वोसणावे ॥
सदा सर्वदा नाम वाचे वसो दे ।
अहंता मनी पापिणी ते नसो दे ॥ २४ ॥

मना वीट मानू नको बोलण्याचा ।
पुढे मागुता राम जोडेल कैचा ॥
सुखाची घडी लोटता सूख आहे ।
पुढे सर्व जाईल काही न राहे ॥ २५ ॥

देहेरक्षणाकारणे यत्न केला ।
परी शेवटी काळ घेऊन गेला ॥
करी रे मना भक्ति या राघवाची ।
पुढे अंतरी सोडि चिंता भवाची ॥ २६ ॥

भवाच्या भये काय भीतोस लंडी ।
धरी रे मना धीर धाकासि सांडी ॥
रघूनायकासारिखा स्वामि शीरी ।
नुपेक्षी कदा कोपल्या दंडधारी ॥ २७ ॥

दिनानाथ हा राम कोदंडधारी ।
पुढे देखता काळ पोटी थरारी ॥
मना वाक्य नेमस्त हे सत्य मानी ।
नुपेक्षी कदा राम दासाभिमानी ॥ २८ ॥

पदीं राघवाचे सदा ब्रींद गाजे ।
बळें भक्तरीपूशिरीं कांबि वाजे ॥
पुरी वाहिली सर्व जेणें विमानी ।
नुपेक्षी कदा राम दासाभिमानी ॥ २९ ॥

समर्थांचिया सेवका वक्र पाहे ।
असा सर्व भूमंडळीं कोण आहे ॥
जयाची लिला वर्णिती लोक तीन्ही ।
नुपेक्षी कदा राम दासाभिमानी ॥ ३० ॥

महासंकटी सोडिले देव जेणे ।
प्रतापे बळें आगळा सर्वगूणे ॥
जयाते स्मरे शैलजा शूलपाणी ।
नुपेक्षी कदा राम दासाभिमानी ॥ ३१ ॥

अहल्या शिळा राघवे मुक्त केली ।
पदी लागता दिव्य होऊनि गेली ॥
जया वर्णिता शीणली वेदवाणी ।
नुपेक्षी कदा राम दासाभिमानी ॥ ३२ ॥

वसे मेरुमांदार हे सृष्टिलीला ।
शशी सूर्य तारांगणे मेघमाला ॥
चिरंजीव केले जनीं दास दोन्ही ।
नुपेक्षी कदा राम दासाभिमानी ॥ ३३ ॥

उपेक्षी कदा रामरूपी असेना ।
जिवा मानवा निश्चयो तो वसेना ॥
शिरी भार वाहेन बोले पुराणी ।
नुपेक्षी कदा राम दासाभिमानी ॥ ३४ ॥

असे हो जया अंतरी भाव जैसा ।
वसे हो तया अंतरी देव तैसा ॥
अनन्यास रक्षीतसे चापपाणी ।
नुपेक्षी कदा राम दासाभिमानी ॥ ३५ ॥

सदा सर्वदा देव सन्नीध आहे ।
कृपाळूपणे अल्प धारिष्ट पाहे ॥
सुखानंद आनंद कैवल्यदानी ।
नुपेक्षी कदा राम दासाभिमानी ॥ ३६ ॥

सदा चक्रवाकासि मार्तंड जैसा ।
उडी घालितो संकटी स्वामि तैसा ॥
हरीभक्तिचा घाव गाजे निशाणी ।
नुपेक्षी कदा राम दासाभिमानी ॥ ३७ ॥

मना प्रार्थना तूजला एक आहे ।
रघूराज थक्कीत होऊनि पाहे ॥
अवज्ञा कदा हो यदर्थी न कीजे ।
मना सज्जना राघवी वस्ति कीजे ॥ ३८ ॥

जया वर्णिती वेद शास्त्रे पुराणे ।
जयाचेनि योगे समाधान बाणे ॥
तयालागि हे सर्व चांचल्य दीजे ।
मना सज्जना राघवी वस्ति कीजे ॥ ३९ ॥

मना पाविजे सर्वही सूख जेथे ।
अती आदरे ठेविजे लक्ष तेथे ॥
विविके कुडी कल्पना पालटीजे ।
मना सज्जना राघवी वस्ति कीजे ॥ ४० ॥

बहू हिंडता सौख्य होणार नाही ।
शिणावे परी नातुडे हीत काही ॥
विचारे बरे अंतरा बोधवीजे ।
मना सज्जना राघवी वस्ति कीजे ॥ ४१ ॥

बहुतांपरी हेचि आता धरावे ।
रघूनायका आपुलेसे करावे ॥
दिनानाथ हे तोडरी ब्रीद गाजे ।
मना सज्जना राघवी वस्ति कीजे ॥ ४२ ॥

मना सज्जना एक जीवी धरावे ।
जनीं आपुले हीत तुवां करावे ॥
रघूनायकावीण बोलो नको हो ।
सदा मानसी तो निजघ्यास राहो ॥ ४३ ॥

मना रे जनीं मौनमुद्रा धरावी ।
कथा आदरे राघवाची करावी ॥
नसे रामे ते धाम सोडूनि द्यावे ।
सुखालागि आरण्य सेवीत जावे ॥ ४४ ॥

जयाचेनि संगे समाधान भंगे ।
अहंता अकस्मात येउनि लागे ॥
तये संगतीची जनीं कोण गोडी ।
जिये संगतीने मती राम सोडी ॥ ४५ ॥

मना जे घडी राघवेवीण गेली ।
जनीं आपुली ते तुवा हानि केली ॥
रघूनायकावीण तो शीण आहे ।
जनीं दक्ष तो लक्ष लावूनि पाहे ॥ ४६ ॥

मनीं लोचनी श्रीहरी तोचि पाहे ।
जनीं जाणता मुक्त होऊनि राहे ॥
गुणी प्रीति राखे क्रमूं साधनाचा ।
जगी धन्य तो दास सर्वोत्तमाचा ॥ ४७ ॥

सदा देवकाजी झिजे देह ज्याचा ।
सदा रामनामे वदे सत्य साचा ॥
स्वधर्मेचि चाले सदा उत्तमाचा ।
जगी धन्य तो दास सर्वोत्तमाचा ॥ ४८ ॥

सदा बोलण्यासारिखे चालताहे ।
अनेकी सदा एक देवासि पाहे ॥
सगूणी भजे लेश नाही भ्रमाचा ।
जगी धन्य तो दास सर्वोत्तमाचा ॥ ४९ ॥

नसे अंतरी काम नानाविकारी ।
उदासीन जो तापसी ब्रह्मचारी ॥
निवाला मनीं लेश नाही तमाचा ।
जगी धन्य तो दास सर्वोत्तमाचा ॥ ५० ॥

मदे मत्सरे सांडिली स्वार्थबुद्धी ।
प्रपंचीक नाही जयाते उपाधी ॥
सदा बोलणे नम्र वाचा सुवाचा ।
जगी धन्य तो दास सर्वोत्तमाचा ॥ ५१ ॥

क्रमी वेळ जो तत्त्वचिंतानुवादे ।
न लिंपे कदा दंभ वादे विवादे ॥
करी सूखसंवाद जो ऊगमाचा ।
जगी धन्य तो दास सर्वोत्तमाचा ॥ ५२ ॥

सदा आर्जवी प्रीय जो सर्व लोकी ।
सदा सर्वदा सत्यवादी विवेकी ॥
न बोले कदा मिथ्य वाचा त्रिवाचा ।
जगी धन्य तो दास सर्वोत्तमाचा ॥ ५३ ॥

सदा सेवि आरण्य तारुण्यकाळीं ।
मिळेना कदा कल्पनेचेनि मेळीं ॥
चळेना मनीं निश्चयो दृढ ज्याचा ।
जगीं धन्य तो दास सर्वोत्तमाचा ॥ ५४ ॥

नसे मानसीं नष्ट आशा दुराशा ।
वसे अंतरीं प्रेमपाशा पिपाशा ॥
ऋणी देव हा भक्तिभावे जयाचा ।
जगीं धन्य तो दास सर्वोत्तमाचा ॥ ५५ ॥

दिनाचा दयाळू मनाचा मवाळू ।
स्नेहाळू कृपाळू जनीं दासपाळू ॥
तया अंतरीं क्रोध संताप कैंचा ।
जगीं धन्य तो दास सर्वोत्तमाचा ॥५६॥

जगीं होइजे धन्य या रामनामे ।
क्रिया भक्ति ऊपासना नित्य नेमें ॥
उदासीनता तत्त्वता सार आहे ।
सदा सर्वदा मोकळी वृत्ति राहे ॥ ५७ ॥

नको वासना वीषयीं वृत्तिरूपे ।
पदार्थीं जडे कामना पूर्वपापे ॥
सदा राम निष्काम चिंतीत जावा ।
मना कल्पनालेश तोहि नसावा ॥ ५८ ॥

मना कल्पना कल्पिता कल्पकोटी ।
नव्हे रे नव्हे सर्वथा रामभेटी ॥
मनीं कामना राम नहीं जयाला ।
अतीं आदरे प्रीति नाहि तयाला ॥ ५९ ॥

मना राम कल्पतरू कामधेनू ।
निधी सार चिंतामणी काय वानू ॥
जयाचेनि योगे घडे सर्व सत्ता ।
तया साम्यता कायसी कोण आता ॥ ६० ॥

उभा कल्पवृक्षातळू दुःख वाहे ।
तया अंतरी सर्वदा तेचि आहे ॥
जनीं सज्जनीं वाद हा वाढवावा ।
पुढे मागता शोक जीवीं धरावा ॥६१॥

निजध्यास तो सर्व तूटोनी गेला ।
बळे अंतरी शोक संताप ठेला ॥
सुखानंद आनंद भेदे बुडाला ।
मना निश्चयो सर्व खेदे उडाला ॥ ६२ ॥

घरीं कामधेनू पुढे ताक मागे ।
हरीबोध सांडोनि वेवाद लागे ॥
करीं सार चिंतामणी काचखंडे ।
तया मागता देत आहे उदंडे ॥ ६३ ॥

अती मूढ त्या दृढ बुद्धी असेना ।
अती काम त्या राम चित्ती वसेना ॥
अती लोभ त्या क्षोभ होईल जाणा ।
अतीं वीषयी सर्वदा दैन्यवाणा ॥ ६४ ॥

नको दैन्यवाणे जिणे भक्तिऊणे ।
अती मूर्ख त्या सर्वदा दुःख दूणे ॥
धरी रे मना आदरे प्रीति रामी ।
नको वासना हेमधामी विरामी ॥ ६५ ॥

नव्हे सार संसार हा घोर आहे ।
मना सज्जना सत्य शोधूनि पाहे ॥
जनीं वीष खाता पुढे सूख कैचे ।
करी रे मना ध्यान या राघवाचे ॥ ६६ ॥

घनश्याम हा राम लावण्यरूपी ।
महाधीर गंभीर पूर्णप्रतापी ॥
करी संकटी सेवकांचा कुडावा ।
प्रभाते मनी राम चितीत जावा ॥ ६७ ॥

बळे आगळा राम कोदंडधारी ।
महाकाळ विक्राळ तोही थरारी ॥
पुढे मानवा किंकरा कोण केवा ।
प्रभाते मनी राम चिंतीत जावा ॥ ६८ ॥

सुखानंदकारी निवारी भयाते ।
जनीं भक्तिभावे भजावे तयाते ॥
विवेके त्यजावा अनाचार हेवा ।
प्रभाते मनीं राम चिंतीत जावा ॥ ६९ ॥

सदा रामनामे वदा पूर्णकामे ।
कदा बाधिजेना पदा नित्य नेमे ॥
मदालस्य हा सर्व सोडोनि घ्यावा ।
प्रभाते मनीं राम चिंतीत जावा ॥ ७० ॥

जयाचेनि नामे महादोष जाती ।
जयाचेनि नामे गती पाविजेती ॥
जयाचेनि नावे घडे पुण्यठेवा ।
प्रभाते मनीं राम चिंतीत जावा ॥ ७१ ॥

न वेचे कदा ग्रंथची अर्थ काही ।
मुखे नाम उच्चारिता कष्ट नाही ॥
महाघोर संसारशत्रू जिणावा ।
प्रभाते मनीं राम चिंतीत जावा ॥ ७२ ॥

देहेदंडणेचे महादुःख आहे ।
महादुःख ते नाम घेता न राहे ॥
सदाशीव चिंतीतसे देवदेवा ।
प्रभाते मनीं राम चिंतीत जावा ॥ ७३ ॥

बहुतांपरी संकटे साधनांची ।
व्रते दान उद्यापने ती धनाची ॥
दिनाचा दयाळू मनी आठवावा ।
प्रभाते मनी राम चिंतीत जावा ॥ ७४ ॥

समस्तांमधे सार साचार आहे ।
कळेना तरी सर्व शोधूत पाहे ॥
जिवा असंशयो वाऊगा तो त्यजावा ।
प्रभाते मनी राम चिंतीत जावा ॥ ७५ ॥

नव्हे कर्म ना धर्म ना योग काही ।
नव्हे भोग ना त्याग ना सांग पाही ॥
म्हणे दास विश्वास नामी धरावा ।
प्रभाते मनी राम चितीत जावा ॥ ७६ ॥

करी काम निष्काम या राघवाचे ।
करी रूप स्वरूप सर्वां जिवांचे ॥
करी छंद निर्द्वंद्व हे गूण गाता ।
हरीकीर्तनी वृत्तिविश्वास होता ॥ ७७ ॥

अहो ज्या नरा रामविश्वास नाही ।
तया पामरा बाधिजे सर्व काही ॥
महाराज तो स्वामि कैवल्यदाता ।
वृथा वाहणे देहसंसारचिंता ॥ ७८ ॥

मना पावना भावना राघवाची ।
धरी अंतरी सोडि चिंता भवाची ॥
भवाची जिवा मानवा भूलि ठेली ।
नसे वस्तुची धारणा व्यर्थ गेली ॥ ७९ ॥

धरा श्रीवरा त्या हरा अंतराते ।
तरा दुस्तरा त्या परा सागराते ॥
सरा वीसरा त्या भरा दुर्भराते ।
करा नीकरा त्या खरा मत्सराते ॥ ८० ॥

मना मत्सरे नाम सांडू नको हो ।
अती आदरे हा निजध्यास राहो ॥
समस्तांमधे नाम हे सार आहे ।
दुजी तूळणा तूळिताही न साहे ॥ ८१ ॥

बहू नाम या रामनामी तुळेना ।
अभाग्या नरा पामरा हे कळेना ॥
विषा औषधा घेतले पार्वतीशे ।
जिवा मानवा किंकरा कोण पूसे ॥ ८२ ॥

जेणे जाळिला काम तो राम ध्यातो ।
उमेसी अती आदरे गूण गातो ॥
बहु ज्ञान वैराग्य सामर्थ्य जेथे ।
परी अंतरी नामविश्वास तेथे ॥ ८३ ॥

विठोने शिरी वाहिला देवराणा ।
तया अंतरी ध्यास रे त्यासि नेणा ॥
निवाला स्वये तापसी चंद्रमौळी ।
जिवा सोडवी राम हा अंतकाळी ॥ ८४ ॥

भजा राम विश्राम योगेश्वरांचा ।
जपू नेमिला नेम गौरीहराचा ॥
स्वये नीववी तापसी चंद्रमौळी ।
तुम्हां सोडवी राम हा अंतकाळी ॥ ८५ ॥

मुखीं राम विश्राम तेथेचि आहे ।
सदानंद आनंद सेवोनि आहे ॥
तयावीण तो शीण संदेहकारी ।
निजधाम हे नाम शोकापहारी ॥ ८६ ॥

मुखीं राम त्या काम बाधू शकेना ।
गुणे इष्ट धारिष्ट त्याचे चुकेना ॥
हरीभक्त तो शक्त कामास भारी ।
जगीं धन्य तो मारुती ब्रह्मचारी ॥ ८६ ॥

बहू चांगले नाम या राघवाचे ।
अती साजिरे स्वल्प सोपे फुकाचे ॥
करी मूळ निर्मूळ घेता भवाचे ।
जिवा मानवा हेचि कैवल्य साचे ॥ ८८ ॥

जनीं भोजनीं नाम वाचे वदावे ।
अती आदरे गद्यघोषे म्हणावे ॥
हरीचिंतने अन्न सेवीत जावे ।
तरी श्रीहरी पाविजेतो स्वभावे ॥ ८९ ॥

न ये राम वाणी तया थोर हाणी ।
जनीं व्यर्थ प्राणी तया नाम कोणी ॥
हरीनाम हे वेदशास्त्री पुराणी ।
बहू आगळे बोलिली व्यासवाणी ॥ ९० ॥

नको वीट मानू रघूनायकाचा ।
अती आदरे बोलिजे राम वाचा ॥
न येचे मुखीं सापडे रे फुकाचा ।
करी घोष त्या जानकीवल्लभाचा ॥ ९१ ॥

अती आदरे सर्वही नामघोषे ।
गिरीकंदरी जाईजे दूरि दोषे ॥
हरी तिष्ठतू तोषला नामघोषे ।
निशेषे हरामानसी रामपीसे ॥ ९२ ॥

जगी पाहता देव हा अन्नदाता ।
तया लागली तत्त्वता सार चिंता ॥
तयाचे मुखीं नाम घेता फुकाचे ।
मना सांग पा रे तुझे काय येचे ॥ ९३ ॥

तिन्ही कोप जाळू शके कोप येता ।
निवाला हरू तो मुखे नाम घेता ॥
जपे आदरे पार्वती विश्वमाता ।
म्हणोनी म्हणा तेचि हे नाम आता ॥ ९४ ॥

अजामेळ पापी वदे पुत्रकामे ।
तया मुक्ति नारायणाचेनि नामे ॥
शुकाकारणे कुंटणी राम वाणी ।
मुखे बोलिता ख्याति जाली पुराणी ॥ ९५ ॥

महाभक्त प्रल्हाद हा दैत्यकूळी ।
जपे रामनामावळी नित्यकाळी ॥
पिता पापरूपी तया देखवेना ।
जनीं दैत्य तो नाम मूखे म्हणेना ॥ ९६ ॥

मुखी नाम नाहीं तया मुक्ति कैची ।
अहंतागुणे यातना ते फुकाची ॥
पुढे अंत येईल तो दैन्यवाणा ।
म्हणोनी म्हणा रे म्हणा देवराणा ॥ ९७ ॥

हरीनाम नेमस्त पाषाण तारी ।
बहू तारिले मानवी देहधारी ॥
तया रामनामी सदा जो विकल्पी ।
वदेना कदा जीव तो पापरूपी ॥ ९८ ॥

जगी धन्य वाराणसी पुण्यराशी ।
तयेमाजि आता गती पूर्वजांसी ॥
मुखे रामनामावळी नित्यकाळी ।
जिवा हीत सांगे सदा चंद्रमौळी ॥ ९९ ॥

यथासांग रे कर्म तेही घडेना ।
घडे धर्म ते पुण्यगाठी पडेना ॥
दया पाहता सर्व भूती असेना ।
फुकाचे मुखी नाम तेही वसेना ॥ १०० ॥

जया नावडे नाम त्या यम जाची ।
विकल्पे उठे तर्क त्या नर्क ची ची ॥
म्हणोनी अती आदरे नाम घ्यावे ।
मुखे बोलता दोष जाती स्वभावे ॥ १०१ ॥

अती लीनता सर्वभावे स्वभावे ।
जना सज्जनालागि संतोषवावे ॥
देहे कारणी सर्व लावीत जावे ।
सगुणी अती आदरेसी भजावे ॥ १०२ ॥

हरीकीर्तनी प्रीति रामी धरावी ।
देहेबुद्धि निरूपणी वीसरावी ॥
परद्रव्य आणीक कांता परावी ।
यदर्थी मना सांडि जीवी करावी ॥ १०३ ॥

क्रियेवीण नानापरी बोलिजेते ।
परी चित्त दुश्चित्त ते लाजवीते ॥
मना कल्पना धीट सैराट धावे ।
तया मानवा देव कैसेनि पावे ॥ १०४ ॥

विवेके क्रिया आपुली पालटावी ।
अती आदरे शुद्ध क्रीया धरावी ॥
जनीं बोलण्यासारिखे चाल बापा ।
मना कल्पना सोडि संसारतापा ॥ १०५ ॥

बरी स्नानसंध्या करी एकनिष्ठा ।
विवेके मना आवरी स्थानभ्रष्टा ॥
दया सर्वभूती जया मानवाला ।
सदा प्रेमळू भक्तिभावे निवाला ॥ १०६ ॥

मना कोप आरोपणा ते नसावी ।
मना बुद्धि हे साधुसंगी वसावी ॥
मना नष्ट चांडाळ तो संग त्यागी ।
मना होइ रे मोक्षभागी विभागी ॥ १०७ ॥

मना सर्वदा सज्जनाचेनि योगे ।
क्रिया पालटे भक्तिभावार्थ लागे ॥
क्रियेवीण वाचाळता ते निवारी ।
तुटे वाद संवाद तो हीतकारी ॥ १०८ ॥

जनीं वादवेवाद सोडूनि घ्यावा ।
जनीं वादसंवाद सूखे करावा ॥
जगीं तोचि तो शोकसंतापहारी ।
तुटे वाद संवाद तो हींतकारी ॥ १०९ ॥

तुटे वाद संवाद त्याते म्हणावे ।
विवेके अहंभाव याते जिणावे ॥
अहंतागुणे वाद नाना विकारी ।
तुटे वाद संवाद तो हींतकारी ॥ ११० ॥

हिताकारणे बोलणे सत्य आहे ।
हिताकारणे सर्व शोधूनि पाहे ॥
हिताकारणे बंड पाखांड वारी ।
तुटे वाद संवाद तो हींतकारी ॥ १११ ॥

जनीं सांगता ऐकता जन्म गेला ।
परी वादवेवाद तैसाचि ठेला ॥
उठे संशयो वाद हा दंभधारी ।
तुटे वाद संवाद तो हींतकारी ॥ ११२ ॥

जनीं हींत पंडीत सांडीत गेले ।
अहंतागुणे ब्रह्मराक्षस जाले ॥
तयाहून व्युत्पन्न तो कोण आहे ।
मना सर्व जाणीव सांडूनि राहे ॥ ११३ ॥

फुकाचे मुखी बोलता काय वेचे ।
दिसंदीस अभ्यंतरी गर्व सांचे ॥
क्रियेवीण वाचाळता व्यर्थ आहे ।
विचारे तुझा तूचि शोधूनि पाहे ॥ ११४ ॥

तुटे वाद संवाद तेथे करावा ।
विवेके अहंभाव हा पालटावा ॥
जनीं बोलण्यासारखे आचरावे ।
क्रियापालटे भक्तिपंथेचि जावे ॥ ११५ ॥

बहू शापिता कष्टला अंबऋषी ।
तयाचे स्वये श्रीहरी जन्म सोशी ॥
दिला क्षीरसिंधु तया ऊपमानी ।
नुपेक्षी कदा देव भक्ताभिमानी ॥ ११६ ॥

धुरू लेंकरु बापुडे दैन्यवाणे ।
कृपा भाकिता दीघली भेटि जेणे ॥
चिरंजीव तारांगणी प्रेमखाणी ।
नुपेक्षी कदा देव भक्ताभिमानी ॥ ११७ ॥

गजेंदू महासंकटी वास पाहे ।
तयाकारणे श्रीहरी धावताहे ॥
उडी घातली जाहला जीवदानी ।
नुपेक्षी कदा देव भक्ताभिमानी ॥ ११८ ॥

अजामेळ पापी तया अंत आला ।
कृपाळूपणे तो जनीं मुक्त केला ॥
अनाथासि आधार हा चक्रपाणी ।
नुपेक्षी कदा देव भक्ताभिमानी ॥ ११९ ॥

विधीकारणे जाहला मत्स्य वेगी ।
धरी कूर्मरूपे धरा पृष्ठभागीं ॥
जना रक्षणाकारणे नींच योनी ।
नुपेक्षी कदा देव भक्ताभिमानी ॥ १२० ॥

महाभक्त प्रल्हाद हा कष्टवीला ।
म्हणोनि तयाकारणे सिंह जाला ॥
न ये ज्वाळ वीशाळ सन्नीध कोणी ।
नुपेक्षी कदा देव भक्ताभिमानी ॥ १२१ ॥

कृपा भाकिता जाहला वज्रपाणी ।
तया कारणे वामनू चक्रपाणी ॥
द्विजांकारणे भार्गवू चापपाणी ।
नुपेक्षी कदा देव भक्ताभिमानी ॥ १२२ ॥

अहल्येसतीलागी आरण्यपंथे ।
कुडावा पुढे देव बंदी तयाते ॥
बळे सोडिता घाव घाली निशाणी ।
नुपेक्षी कदा राम दासाभिमानी ॥ १२३ ॥

तये द्रौपदीकारणे लागवेगे ।
त्वरे धावतो सर्व सांडूनि मागे ॥
कळीलागि जाला असे बौद्ध मौनी ।
नुपेक्षी कदा देव भक्ताभिमानी ॥ १२४ ॥

अनाथां दिनींकारणे जन्मताहे ।
कलंकी पुढे देव होणार आहे ॥
तया वर्णिता शीणली वेदवाणी ।
नुपेक्षी कदा देव भक्ताभिमानी ॥ १२५ ॥

जनांकारणे देव लीलावतारी ।
बहुतांपरी आदरे वेषधारी ॥
तया नेणती ते जन पापरूपी ।
दुरात्मे महानष्ट चांडाळ पापी ॥ १२६ ॥

जगी धन्य तो राममूखे निवाला ।
कथा ऐकता सर्व तल्लीन जाला ॥
देहेभावना रामबोधे उडाली ।
मनोवासना रामरूपी बुडाली ॥ १२७ ॥

मना वासना वासुदेवी वसो दे ।
मना कामना कामसंगी नसो दे ॥
मना कल्पना वाउगी ते न कीजे ।
मना सज्जना सज्जनीं वस्ति कीजे ॥ १२८ ॥

गतीकारणे संगती सज्जनाची ।
मती पालटे सूमती दुर्जनाची ॥
रतीनायिकेचा पती नष्ट आहे ।
म्हणोनी मनातीत होवोनी राहे ॥ १२९ ॥

मना अल्प संकल्प तोही नसावा ।
सदा सत्यसंकल्प चित्ती वसावा ॥
जनीं जल्प वीकल्प तोही त्यजावा ।
रमाकांत एकांतकाळी भजावा ॥ १३० ॥

भजाया जनीं पाहता राम एकू ।
करी बाण एकू मुखी शब्द एकू ॥
क्रिया पाहता उद्धरे सर्व लोकू ।
धरा जानकीनायकाचा विनेकू ॥ १३१ ॥

विचारूनि बोले विवंचूनि चाले ।
तयाचेनि संतप्त तेही निवाले ॥
बरे शोधल्यावीण बोलो नको हो ।
जनीं चालणे शुद्ध नेमस्त राहो ॥ १३२ ॥

हरीभक्त वीरक्त विज्ञान राशी ।
जेणे मानसी स्थापिले निश्चयासी ॥
तया दर्शने स्पर्शने पुण्य जोडे ।
तया भाषणे नष्ट संदेह मोडे ॥ १३३ ॥

नसे गर्व आंगी सदा वीतरागी ।
क्षमा शांति भोगी दयादक्ष योगी ॥
नसे लोभ ना क्षोभ ना दैन्यवाणा ।
इही लक्षणी जाणिजे योगिराणा ॥ १३४ ॥

धरी रे मना संगती सज्जनाची ।
जेणे वृत्ति हे पालटे दुर्जनाची ॥
बळे भाव सद्बुद्धि सन्मार्ग लागे ।
महाक्रूर तो काळ विक्राळ भंगे ॥ १३५ ॥

भये व्यापिले सर्व ब्रह्मांड आहे ।
भयातीत ते संत आनंत पाहे ॥
जया पाहता द्वैत काही दिसेना ।
भयो मानसी सर्वथाही असेना ॥ १३६ ॥

जिवा श्रेष्ठ ते स्पष्ट सांगोनि गेले ।
परी जीव अज्ञान तैसेचि ठेले ॥
देहेबुद्धिचे कर्म खोटे टळेना ।
जुने ठेवणे मीपणे आकळेना ॥ १३७ ॥

भ्रमे नाढळे वित्त ते गुप्त जाले ।
जिवा जन्मदारिद्र्य ठाकूनि आले ॥
देहेबुद्धिचा निश्चयो ज्या टळेना ।
जुने ठेवणे मीपणे आकळेना ॥ १३८ ॥

पुढे पाहता सर्वही कोंदलेसे ।
अभाग्यास हे दृश्य पाषाण भासे ॥
अभावे कदा पुण्य गाठी पडेना ।
जुने ठेवणे मीपणे आकळेना ॥ १३९ ॥

जयाचे तया चूकले प्राप्त नाही ।
गुणे गोविले जाहले दुःख देही ॥
गुणावेगळी वृत्ति तेही वळेना ।
जुने ठेवणे मीपणे आकळेना ॥ १४० ॥

म्हणे दास सायास त्याचे करावे ।
जनीं जाणता पाय त्याचे धरावे ॥
गुरू अंजनेवीण तें आकळेना ।
जुने ठेवणे मीपणे ते कळेना ॥ १४१ ॥

कळेना कळेना कळेना कळेना ।
ढळे नाढळे संशयोही ढळेना ॥
गळेना गळेना अहंता गळेना ।
बळें आकळेना मिळेना मिळेना ॥ १४२ ॥

अविद्यागुणे मानवा उमजेना ।
भ्रमे चुकले हीत ते आकळेना ॥
परीक्षेविणे बांधले दृढ नाणें ।
परी सत्य मिथ्या असें कोण जाणें ॥ १४३ ॥

जगीं पाहतां साच ते काय आहे ।
अती आदरे सत्य शोधुन पाहे ॥
पुढे पाहतां पाहतां देव जोडे ।
भ्रम भ्रांति अज्ञान हें सर्व मोडे ॥ १४४ ॥

सदा वीषयो चिंतितां जीव जाला ।
अहंभाव अज्ञान जन्मास आला ॥
विवेके सदा स्वस्वरुपी भरावे ।
जिवा ऊगमी जन्म नाही स्वभावें ॥ १४५ ॥

दिसे लोचनीं ते नसे कल्पकोडी ।
अकस्मात आकारले काळ मोडी ॥
पुढे सर्व जाईल कांहीं न राहे ।
मना संत आनंत शोधुनि पाहे ॥ १४६ ॥

फुटेना तुटेना चळेना ढळेना ।
सदा संचले मीपणे ते कळेना ॥
तया एकरूपासि दूजे न साहे ।
मना संत आनंत शोधुनि पाहें ॥ १४७ ॥

निराकार आधार ब्रह्मादिकांचा ।
जया सांगतां शीणली वेदवाचा ॥
विवेके तदाकार होऊनि राहें ।
मना संत आनंत शोधुनि पाहे ॥ १४८ ॥

जगीं पाहतां चर्मलक्षी न लक्षे ।
जगीं पाहता ज्ञानचक्षी निरक्षे ॥
जनीं पाहता पाहणे जात आहे ।
मना संत आनंत शोधुनि पाहे ॥ १४९ ॥

नसे पीत ना श्वेत ना श्याम कांहीं ।
नसे व्यक्त अव्यक्त ना नीळ नाहीं ॥
म्हणे दास विश्वासतां मुक्ति लाहे ।
मना संत आनंत शोधुनि पाहे ॥ १५० ॥

खरें शोधितां शोधितां शोधिताहे
मना बोधिता बोधिता बोधिताहे ॥
परी सर्वही सज्जनाचेनि योगें ।
बरा निश्चयो पाविजे सानुरागे ॥ १५१ ॥

बहूतांपरी कूसरी तत्त्वझाडा ।
परीं अंतरी पाहिजे तो निवाडा ॥
मना सार साचार ते वेगळें रे ।
समस्तांमधे एक ते आगळें रे ॥ १५२ ॥

नव्हे पिंडज्ञाने नव्हे तत्त्वज्ञाने ।
समाधान कांहीं नव्हे तानमाने ॥
नव्हे योगयागें नव्हे भोगत्यागें ।
समाधान ते सज्जनाचेनि योग ॥ १५३ ॥

महावाक्य तत्त्वादिके पंचकर्णेv।
खुणे पाविजे संतसंगे विवर्णे ॥
द्वितीयेसि संकेत जो दाविजेतो ।
तया सांडुनी चंद्रमा भाविजेतो ॥ १५४ ॥

दिसेना जनीं तेचि शोधुनि पाहे ।
बरे पाहता गूज तेथेचि आहे ॥
करीं घेउ जाता कदा आढळेना ।
जनीं सर्व कोंदाटले ते कळेना ॥ १५५ ॥

म्हणे जाणता तो जनीं मूर्ख पाहे ।
अतर्कासि तर्कीं असा कोण आहे ॥
जनीं मीपणे पाहता पाहवेना ।
तया लक्षितां वेगळे राहवेना ॥ १५६ ॥

बहू शास्त्र धुंडाळता वाड आहे ।
जया निश्चयो येक तोही न साहे ॥
मती भांडती शास्त्रबोधे विरोधें ।
गती खुंटती ज्ञानबोधे प्रबोधे ॥ १५७ ॥

श्रुती न्याय मीमांसके तर्कशास्त्रे ।
स्मृती वेद वेदान्तवाक्ये विचित्रे ॥
स्वये शेष मौनावला स्थीर पाहे ।
मना सर्व जाणीव सांडून राहे ॥ १५८ ॥

जेणे मक्षिका भक्षिली जाणिवेची ।
तया भोजनाची रुची प्राप्त कैंची ॥
अहंभाव ज्या मानसींचा विरेना ।
तया ज्ञान हे अन्न पोटीं जिरेना ॥ १५९ ॥

नको रे मना वाद हा खेदकारी ।
नको रे मना भेद नानाविकारी ॥
नको रे मना शीकवूं पूढिलांसी ।
अहंभाव जो राहिला तूजपासी ॥ १६० ॥

अहंतागुणे सर्वही दुःख होते ।
मुखे बोलिले ज्ञान ते व्यर्थ जाते ॥
सुखी राहता सर्वही सूख आहे ।
अहंता तुझी तुंचि शोधुन पाहे ॥ १६१ ॥

अहंतागुणे नीति सांडी विवेकी ।
अनीतीबळे श्लाघ्यता सर्व लोकी ॥
परी अंतरी सर्वही साक्ष येते ।
प्रमाणांतरे बुद्धि सांडूनि जाते ॥ १६२ ॥

देहेबुद्धिचा निश्चयो दृढ जाला ।
देहातीत ते हीत सांडीत गेला ॥
देहेबुद्धि ते आत्मबुद्धि करावी ।
सदा संगती सज्जनाची धरावी ॥ १६३ ॥

मनें कल्पिला वीषयो सोडवावा ।
मनें देव निर्गूण तो ओळखावा ॥
मनें कल्पिता कल्पना ते सरावी ।
सदा संगती सज्जनाची धरावी ॥ १६४ ॥

देहादीक प्रपंच हा चिंतियेला ।
परी अंतरी लोभ निश्चित ठेला ॥
हरीचिंतने मुक्तिकांता करावी ।
सदा संगती सज्जनांची धरावी ॥ १६५ ॥

अहंकार विस्तारला या देहाचा ।
स्त्रियापुत्रमित्रादिके मोह त्यांचा ॥
बळे भ्रांति हें जन्मचिंता हरावी ।
सदा संगती सज्जनांची धरावी ॥ १६६ ॥

बरा निश्चयो शाश्वताचा करावा ।
म्हणे दास संदेह तो वीसरावा ॥
घडीने घडी सार्थकाची धरावी ।
सदा संगती सज्जनांची धरावी ॥ १६७ ॥

करी वृत्ती जो संत तो संत जाणा ।
दुराशागुणे जो नव्हे दैन्यवाणा ॥
उपाधी देहेबुद्धीते वाढवीते ।
परी सज्जना केविं बाधु शके ते ॥ १६८ ॥

नसे अंत आनंत संता पुसावा ।
अहंकारविस्तार हा नीरसावा ॥
गुणेवीण निर्गुण तो आठवावा ।
देहेबुद्धिचा आठवु नाठवावा ॥ १६९ ॥

देहेबुद्धि हे ज्ञानबोधे त्यजावी ।
विवेके तये वस्तुची भेटी घ्यावी ॥
तदाकार हे वृत्ति नाही स्वभावे ।
म्हणोनी सदा तेचि शोधीत जावे ॥ १७० ॥

असे सार साचार तें चोरलेसे ।
इहीं लोचनी पाहता दृश्य भासे ॥
निराभास निर्गुण तें आकळेना ।
अहंतागुणे कल्पिताही कळेना ॥ १७१ ॥

स्फुरे वीषयी कल्पना ते अविद्या ।
स्फुरे ब्रह्म रे जाण माया सुविद्या ॥
मुळीं कल्पना दो रुपें तेचि जाली ।
विवेके तरी स्वस्वरुपी मिळाली ॥ १७२ ॥

स्वरुपी उदेला अहंकार राहो ।
तेणे सर्व आच्छादिले व्योम पाहो ॥
दिशा पाहतां ते निशा वाढताहे ।
विवेके विचारे विवंचुनि पाहे ॥ १७३ ॥

जया चक्षुने लक्षिता लक्षवेना ।
भवा भक्षिता रक्षिता रक्षवेना ॥
क्षयातीत तो अक्षयी मोक्ष देतो ।
दयादक्ष तो साक्षिने पक्ष घेतो ॥ १७४ ॥

विधी निर्मिती लीहितो सर्व भाळी ।
परी लीहिता कोण त्याचे कपाळी ॥
हरू जाळितो लोक संहारकाळी ।
परी शेवटी शंकरा कोण जाळी ॥ १७५ ॥

जगी द्वादशादित्य हे रुद्र अक्रा ।
असंख्यात संख्या करी कोण शक्रा ॥
जगी देव धुंडाळिता आढळेना ।
जगी मुख्य तो कोण कैसा कळेना ॥ १७६ ॥

तुटेना फुटेना कदा देवराणा ।
चळेना ढळेना कदा दैन्यवाणा ॥
कळेना कळेना कदा लोचनासी ।
वसेना दिसेना जगी मीपणासी ॥ १७७ ॥

जया मानला देव तो पुजिताहे ।
परी देव शोधुनि कोणी न पाहे ॥
जगी पाहता देव कोट्यानुकोटी ।
जया मानली भक्ति जे तेचि मोठी ॥ १७८ ॥

तिन्ही लोक जेथूनि निर्माण झाले ।
तया देवरायासि कोणी न बोले ॥
जगीं थोरला देव तो चोरलासे ।
गुरूवीण तो सर्वथाही न दीसे ॥ १७९ ॥

गुरु पाहता पाहता लक्ष कोटी ।
बहूसाल मंत्रावळी शक्ति मोठी ॥
मनी कामना चेटके धातमाता ।
जनी व्यर्थ रे तो नव्हे मुक्तिदाता ॥ १८० ॥

नव्हे चेटकी चाळकू द्रव्यभोंदु ।
नव्हे निंदकू मत्सरू भक्तिमंदू ॥
नव्हे उन्मतू वेसनी संगबाधू ।
जनी ज्ञानिया तोचि साधु अगाधू ॥ १८१ ॥

नव्हे वाउगी चाहुटी काम पोटी ।
क्रियेवीण वाचाळता तेचि मोठी ॥
मुखे बोलिल्यासारिखे चालताहे ।
मना सद्गुरु तोचि शोधुनि पाहे ॥ १८२ ॥

जनी भक्त ज्ञानी विवेकी विरागी ।
कृपाळु मनस्वी क्षमावंत योगी ॥
प्रभु दक्ष व्युत्पन्न चातुर्य जाणे ।
तयाचेनि योगे समाधान बाणे ॥ १८३ ॥

नव्हे तोचि जाले नसे तेचि आले ।
कळो लागले सज्जनाचेनि बोले ॥
अनिर्वाच्य ते वाच्य वाचे वदावे ।
मना संत आनंत शोधीत जावे ॥ १८४ ॥

लपावे अति आदरे रामरुपी ।
भयातीत निश्चींत ये स्वस्वरुपी॥
कदा तो जनी पाहतांही दिसेना ।
सदा ऐक्य तो भिन्नभावे वसेना ॥ १८५ ॥

सदा सर्वदा राम सन्नीध आहे ।
मना सज्जना सत्य शोधुन पाहे ॥
अखंडीत भेटी रघूराजयोगू ।
मना सांडीं रे मीपणाचा वियोगू ॥ १८६ ॥

भुते पिंड ब्रह्मांड हे ऐक्य आहे ।
परी सर्वही स्वस्वरुपी न साहे ॥
मना भासले सर्व काही पहावे ।
परी संग सोडुनि सुखी रहावे ॥ १८७ ॥

देहेभान हे ज्ञानशस्त्रे खुडावे ।
विदेहीपणे भक्तिमार्गेचि जावे ॥
विरक्तीबळे निंद्य सर्वै त्यजावे ।
परी संग सोडुनि सुखी रहावे ॥ १८८ ॥

मही निर्मिली देव तो ओळखावा ।
जया पाहतां मोक्ष तत्काळ जीवा ॥
तया निर्गुणालागी गूणी पहावे ।
परी संग सोडुनि सुखे रहावे ॥ १८९ ॥

नव्हे कार्यकर्ता नव्हे सृष्टिभर्ता ।
पुरेहून पर्ता न लिंपे विवर्ता ॥
तया निर्विकल्पासि कल्पित जावे ।
परि संग सोडुनि सुखे रहावे ॥ १९० ॥

देहेबुद्धिचा निश्चयो ज्या ढळेना ।
तया ज्ञान कल्पांतकाळी कळेना ॥
परब्रह्म तें मीपणे आकळेना ।
मनी शून्य अज्ञान हे मावळेना ॥ १९१ ॥

मना ना कळे ना ढळे रुप ज्याचे ।
दुजेवीण तें ध्यान सर्वोत्तमाचे ॥
तया खुण ते हीन दृष्टांत पाहे ।
तेथे संग निःसंग दोन्ही न साहे ॥ १९२ ॥

नव्हे जाणता नेणता देवराणा ।
न ये वर्णिता वेदशास्त्रा पुराणा ॥
नव्हे दृश्य अदृश्य साक्षी तयाचा ।
श्रुती नेणती नेणती अंत त्याचा ॥ १९३ ॥

वसे हृदयीं देव तो कोण कैसा ।
पुसे आदरे साधकू प्रश्न ऐसा ॥
देहे टाकिता देव कोठे पहातो ।
परि मागुता ठाव कोठे रहातो ॥ १९४ ॥

बसे हृदयीं देव तो जाण ऐसा ।
नभाचेपरी व्यापकू जाण तैसा ॥
सदा संचला येत ना जात कांही ।
तयावीण कोठे रिता ठाव नाहीं ॥ १९५ ॥

नभीं वावरे जा अणुरेणु काहीं ।
रिता ठाव या राघवेवीण नाहीं ॥
तया पाहता पाहता तोचि जाले ।
तेथे लक्ष आलक्ष सर्वे बुडाले ॥ १९६ ॥

नभासारिखे रुप या राघवाचे ।
मनीं चिंतिता मूळ तुटे भवाचे ॥
तया पाहता देहबुद्धी उरेना ।
सदा सर्वदा आर्त पोटीं पुरेना ॥ १९७ ॥

नभे व्यापिले सर्व सृष्टीस आहे ।
रघूनायका ऊपमा ते न साहे ॥
दुजेवीण जो तोचि तो हा स्वभावे ।
तया व्यापकू व्यर्थ कैसे म्हणावे ॥ १९८ ॥

अती जीर्ण विस्तीर्ण ते रुप आहे ।
तेथे तर्कसंपर्क तोही न साहे ॥
अती गुढ ते दृश्य तत्काळ सोपे ।
दुजेवीण जे खुण स्वामिप्रतापे ॥ १९९ ॥

कळे आकळे रुप ते ज्ञान होता ।
तेथे आटली सर्वसाक्षी अवस्था ॥
मना उन्मनी शब्द कुंठीत राहे ।
तो रे तोचि तो राम सर्वत्र पाहे ॥ २०० ॥

कदा ओळखींमाजि दूजे दिसेना ।
मनी मानसी द्वैत काही वसेना ॥
बहूता दिसा आपली भेट जाली ।
विदेहीपणे सर्व काया निवाली ॥ २०१ ॥

मना गुज रे तूज हे प्राप्त झाले ।
परी अंतरी पाहिजे यत्न केले ॥
सदा श्रवणे पाविजे निश्चयासी ।
धरी सज्जनसंगती धन्य होसी ॥ २०२ ॥

मना सर्वही संग सोडूनि घ्यावा ।
अती आदरे सज्जनाचा धरावा ॥
जयाचेनि संगे महादुःख भंगे ।
जनी साधनेवीण सन्मार्ग लागे ॥ २०३ ॥

मना संग हा सर्वसंगास तोडी ।
मना संग हा मोक्ष तात्काळ जोडी ॥
मना संग हा साधना शीघ्र सोडी ।
मना संग हा द्वैत निःशेष मोडी ॥ २०४ ॥

मनाची शते ऐकता दोष जाती ।
मतीमंद ते साधना योग्य होती ॥
चढे ज्ञान वैराग्य सामर्थ्य अंगी ।
म्हणे दास विश्वासत मुक्ति भोगी ॥ २०५ ॥

॥ जय जय रघुवीर समर्थ ॥

LIST OF TITLES WITH ISBN NO.

ISBN	TITLE
9788194914129	1984
9789390575220	1984 & Animal Farm (2In1)
9789390575572	1984 & Animal Farm (2In1): The International Best-Selling Classics
9789390575848	35 Sonnets
9789390575329	A Clergyman's Daughter
9789390575923	A Study In Scarlet
9789390896097	A Tale Of Two Cities
9789390896837	Abide in Christ
9789390896202	Abraham Lincoln
9789390896912	Absolute Surrender
9789390896608	African American Classic Collection
9789390575305	Aldous Huxley: The Collected Works
9789390896141	An Autobiography of M. K. Gandhi
9789390575886	Animal Farm
9789390575619	Animal Farm & The Great Gatsby (2In1)
9789390575626	Animal Farm & We
9789390896158	Anna Karenina
9789390575534	Antic Hay
9789390896165	Antony & Cleopatra
9789390896172	As I Lay Dying
9789390896226	As You like it
9789390575671	At Your Command
9789390575350	Awakened Imagination
9789390575114	Be What You Wish
9789390896233	Believe In yourself
9789390896998	Best of Charles Darwin: The Origin of Species & Autobiography
9789390896684	Best Of Horror : Dracula And Frankenstein
9789390575503	Best Of Mark Twain (The Adventures of Tom Sawyer AND The Adventures of Huckleberry Finn)
9789390896769	Black History Collection
9789390575756	Brave New World, Animal Farm & 1984 (3in1)

9789390896240	Brother Karamzov
9789390575053	Bulleh Shah Poetry
9789390575725	Burmese Days
9789390896257	Bushido
9789390896066	Can't Hurt Me
9788194914112	Chanakya Neeti: With The Complete Sutras
9789390896042	Crime and Punishment
9789390575527	Crome Yellow
9789390575046	Down and Out in Paris and London
9789390896844	Dracula
9789390575442	Emersons Essays: The Complete First & Second Series (Self-Reliance & Other Essays)
9789390575749	Emma
9789390575817	Essential Tozer Collection - The Pursuit of God & The Purpose of Man
9789390896578	Fascism What It Is and How to Fight It
9789390575688	Feeling is the Secret
9789390575190	Five Lessons
9789390575954	Frankenstein
9789390575237	Franz Kafka: Collected Works
9789390575282	Franz Kafka: Short Stories
9789390575060	George Orwell Collected Works
9789390575077	George Orwell Essays
9789390575213	George Orwell Poems
9788194914150	Greatest Poetry Ever Written Vol 1
9788194914143	Greatest Poetry Ever Written Vol 1
9789390896301	Gulliver's Travel
9789390575961	Gunaho Ka Devta
9789390575893	H. P. Lovecraft Selected Stories Vol 1
9789390575978	H. P. Lovecraft Selected Stories Vol 2
9789390896059	Hamlet
9789390575022	His Last Bow: Some Reminiscences of Sherlock Holmes
9789390896134	History of Western Philosophy
9789390575121	Homage To Catalonia

ISBN	Title
9789390896219	How to develop self-confidence and Improve public Speaking
9789390896295	How to enjoy your life and your Job
9789390575633	How to own your own mind
9789390896318	How to read Human Nature
9789390896325	How to sell your way through the life
9789390896370	How to use the laws of mind
9789390896387	How to use the power of prayer
9789390896028	How to win friends & Influence People
9788194824176	How To Win Friends and Influence People
9789390896103	Humility The Beauty of Holiness
9789390896653	Imperialism the Highest Stage of Capitalism
9789390575084	In Our Time
9789390575169	In Our Time & Three Stories and Ten poems
9789390575145	James Allen: The Collected Works
9789390896189	Jesus Himself
9789390575480	Jo's Boys
9789390896394	Julius Caesar
9789390575404	Keep the Aspidistra Flying
9789390896400	Kidnapped
9789390896424	King Lear
9789390575824	Lady Susan
9789390896455	Law of Success
9789390896264	Lincoln The Unknown
9789390575565	Little Men
9789390575640	Little Women
9788194914174	Lost Horizon
9789390896462	Macbeth
9789390896929	Man Eaters of Kumaon
9789390896523	Man The Dwelling Place of God
9789390896349	Man The Dwelling Place of God
9789390575909	Mansfield Park
9788194914136	Manto Ki 25 Sarvshreshth Kahaniya
9789390896509	Marxism, Anarchism, Communism
9789390575664	Mathematical Principles of Natural Philosophy

9788194914198	Meditations
9789390575800	Mein Kampf
9789390575794	Memory How To Develop, Train, And Use It
9789390896486	Mind Power
9789390896585	Money
9789390575039	Mortal Coils
9789390575770	My Life and Work
9789390896035	Narrative of the Life of Frederick Douglass
9789390575152	Neville Goddard: The Collected Works
9789390575985	Northanger Abbey
9789390896530	Notes From Underground
9789390896547	Oliver Twist
9789390575459	On War
9789390575541	One, None and a Hundred Thousand
9789390896554	Othelo
9789390575435	Out Of This World
9789390575015	Persuasion
9789390575510	Prayer The Art Of Believing
9789390575091	Pride and Prejudice
9789390896561	Psychic Perception
9789390575381	Rabindranath Tagore - 5 Best Short Stories Vol 2
9789390575367	Rabindranath Tagore - Short Stories (Masters Collections Including The Childs Return)
9789390575374	Rabindranath Tagore 5 Best Short Stories Vol 1 (Including The Childs Return
9789390896622	Romeo & Juliet
9789390896127	Sanatana Dharma
9789390575596	Seedtime & Harvest
9789390896639	Selected Stories of Guy De Maupassant
9789390575206	Self-Reliance & Other Essays
9789390575176	Sense and Sensibility
9789390575299	Shyamchi Aai
9789390896738	Socialism Utopian and Scientific
9789390896646	Success Through a Positive Mental Attitude
9789390575428	The Adventures of Huckleberry Finn

9789390575183	The Adventures of Sherlock Holmes
9789390575343	The Adventures of Tom Sawyer
9789390896691	The Alchemy Of Happiness
9789390575862	The Art Of Public Speaking
9789390896288	The Autobiography Of Charles Darwin
9788194914181	The Best of Franz Kafka: The Metamorphosis & The Trial
9789390575008	The Call Of Cthulhu and Other Weird Tales
9789390575107	The Case-Book of Sherlock Holmes
9789390896110	The Castle Of Otranto
9789390896745	The Communist Manifesto
9789390575589	The Complete Fiction of H. P. Lovecraft
9789390575497	The Complete Works of Florence Scovel Shinn
9789390896820	The Conquest of Breard
9789390896813	The Diary of a Young Girl
9789390896332	The Diary of a Young Girl The Definitive Edition of the Worlds Most Famous Diary
9789390575701	The Great Gatsby, Animal Farm & 1984 (3In1)
9789390575312	The Greatest Works Of George Orwell (5 Books) Including 1984 & Non-Fiction
9789390575992	The Hound of Baskervilles
9789390896707	The Idiot
9789390896714	The Invisible Man
9789390575657	The Knowledge of the holy
9789390575558	The Law & the Promise
9789390896721	The Law Of Attraction
9789390896776	The Leader in you
9789390896363	The Life of Christ
9789390896196	The Man-Eating Leopard of Rudraprayag
9789390896783	The Master Key to Riches
9789390575268	The Memoirs Of Sherlock Holmes
9789390896479	The Midsummer Night's Dream
9789390575466	The Mill On The Floss
9789390896790	The Miracles of your mind
9789390896660	The Mutual Aid A Factor in Evolution
9789390896448	The Origin of Species

9789390896905	The Peter Kropotkin Anthology The Conquest of Bread & Mutual Aid A Factor of Evolution
9789390896806	The Picture of Dorian Gray
9789390896271	The Picture of Dorian Gray
9789390575275	The Power Of Awareness
9789390896356	The Power of Concentration
9788194824169	The Power of Positive Thinking
9789390575411	The Power of the Spoken Word
9788194914105	The Power Of Your Subconscious Mind
9789390896899	The Power of Your Subconscious Mind
9789390896417	The Principles of Communism
9789390575787	The Psychology Of Mans Possible Evolution
9789390896615	The Psychology of Salesmanship
9789390575732	The Pursuit of God
9789390575398	The Pursuit of Happiness
9789390896851	The Quick and Easy Way to effective Speaking
9789390575947	The Return Of Sherlock Holmes
9789390575138	The Road To Wigan Pier
9789390896981	The Root of the Righteous
9789390575855	The Science Of Being Well
9788194914167	The Science Of Getting Rich, The Science Of Being Great & The Science Of Being Well (3In1)
9789390896011	The Screwtape Letters
9789390896073	The Screwtape Letters
9789390575336	The Secret Door to Success
9789390575695	The Secret Of Imagining
9789390896868	The Secret Of Success
9789390896431	The Seven Last Words
9789390575930	The Sign of the Four
9789390896004	The Sonnets
9789390896516	The Souls of Black Folk
9789390896875	The Sound and The Fury
9789390575244	The State and Revolution
9789390896882	The Story of My Life
9789390896936	The Story Of Oriental Philosophy

9789390896752	The Strange Case of Dr. Jekyll and Mr. Hyde
9789390896943	The Tempest
9789390575916	The Valley Of Fear
9789390575879	The Wind in the willows
9789390896080	The Wind in the willows
9789390575763	Their eyes were watching gofd
9789390575831	Three Stories
9789390896950	Twelfth Night
9789390896592	Twelve Years a Slave
9789390896677	Up from Slavery
9789390896974	Value Price and Profit
9789390896967	Wake Up and Live
9789390896493	With Christ in the School of Prayer
9789390575602	Your Faith is Your Fortune
9789390575473	Your Infinite Power To Be Rich
9789390575251	Your Word is Your Wand
9789390575718	Youth
9789391316099	A Christmas Carol
9789391316105	A Doll's House
9789391316501	A Passage to India
9789391316709	A Portrait of the Artist as a Young Man
9789391316112	A Tale of Two Cities
9789391316747	A Tear and a Smile
9789391316167	Agnes Gray
9789391316174	Alice's Adventures in Wonderland
9789391316136	Anandamath
9789391316181	Anne Of Green Gables
9789391316754	Anthem
9789391316198	Around The World in 80 Days
9789391316013	As A Man Thinketh
9789391316242	Autobiography of a Yogi
9789391316266	Beyond Good and Evil
9789391316761	Bleak House
9789391316778	Chitra, a Play in One Act
9789391316310	David Copperfield

9789391316075	Demian
9789391316785	Dubliners
9789391316051	Favourite Tales from the Arabian Nights
9789391316235	Gitanjali
9789391316068	Gravity
9789391316150	Great Speeches of Abraham Lincoln
9789391316662	Guerilla Warfare
9789391316839	Kim
9789391316822	Mother
9789391316211	My Childhood
9789391316846	Nationalism
9789391316327	Oliver Twist
9789391316853	Pygmalion
9789391316334	Relativity: The Special and the General Theory
9789391316389	Scientific Healing Affirmation
9789391316341	Sons and Lovers
9789391316587	Tales from India
9789391316372	Tess of The D'Urbervilles
9789391316396	The Awakening and Selected Stories
9789391316402	The Bhagvad Gita
9789391316303	The Book of Enoch
9789391316228	The Canterville Ghost
9789391316907	The Dynamic Laws of Prosperity
9789391316006	The Great Gatsby
9789391316860	The Hungry Stones and Other Stories
9789391316433	The Idiot
9789391316440	The Importance of Being Earnest
9789391316297	The Light of Asia
9789391316914	The Madman His Parables and Poems
9789391316457	The Odyssey
9789391316921	The Picture of Dorian Gray
9789391316464	The Prince
9789391316938	The Prophet
9789391316945	The Republic
9789391316518	The Scarlet Letter

9789391316143	The Seven Laws of Teaching
9789391316525	The Story of My Experiments with Truth
9789391316532	The Tales of the Mother Goose
9789391316549	The Thirty Nine Steps
9789391316594	The Time Machine
9789391316600	The Turn of the Screw
9789391316983	The Upanishads
9789391316617	The Yellow Wallpaper
9789391316426	The Yoga Sutras of Patanjali
9789391316990	Ulysses
9789391316624	Utopia
9789391316679	Vanity Fair
9789391316020	What Is To Be Done
9789391316686	Within A Budding Grove
9789391316693	Women in Love